簡單
詳細
扎實

越寫越讀越上手

泰語字母
習字帖

DT企劃／編著

附
泰語發音
QR Code
音檔

笛藤出版

前 言

近年來「泰流」在台灣形成一股風潮，泰國除了是許多人的旅遊首選之外，影劇的魅力更是無法擋，美味的泰式料理也是大眾的口袋名單之一，許多民眾也因此對泰語產生興趣！

《越寫越讀越上手！泰語字母習字帖》一書專為了初學者設計，採用出版社《泰文字母聽・說・寫：把泰語老師帶回家，31堂課讓你看懂泰文說泰語！》的作者、目的達泰語教室的 Erik 老師專為台灣讀者設計的學習法，將泰語子音分類為中音、高音、低音三種，讓初學者能更詳細且易懂地學習泰語字母。

搭配專業教師的錄音，更能同時練習到泰語聽力；第二章的生活單字能打好學習泰語的基礎，小試身手之餘相信也對後續學習有許多幫助唷！

現在就一起加入可愛的泰語世界，相信你一定可以越寫越讀越上手！

♪ **MP3 請掃描下方 QR code 或輸入下方連結聆聽**

https://reurl.cc/M3j8g4　＊請注意大小寫區分

◆ 泰語發聲｜藍星

目 錄

Chapter 1 泰語子音母音

- 泰語子音表（共 44 個） 6
- 泰語母音表（共 32 個） 7
- 聲調符號（共 4 種） 8
- 子音單字練習｜高音組 11 個｜ 9
- 子音單字練習｜中音組 9 個｜ 20
- 子音單字練習｜低音組 24 個｜ 30
- 母音單字練習 54

Chapter 2 生活單字

- 數字 72
- 月份 78
- 星期 84
- 顏色 88
- 家人稱謂 92
- 飲食 (常見的泰國食物) 102
- 動物 110

Chapter 3 句子練習

- 影劇台詞 116
- 泰國諺語 126

◆ 關於泰文字 ◆

　　泰語字母是由蘭甘亨大帝在 1283 年創製，共有 44 個子音、32 個母音，和中文一樣有多種聲調區分，因此泰語在發音及書寫上都有一定的難度。許多讀者在剛踏入泰語的世界時可能會感到困難重重，不過只要肯努力學習，透過反覆練習熟悉語感，再聆聽由專業老師錄音的音檔，相信一定可以打下良好的基礎，讀懂可愛的泰語文字唷！

Chapter 1
泰語子音母音

✧泰語子音表（共 44 個）✧

- 本教材用 KK 音標為基礎標示發音，非泰—英字母對照。
- อ [- ɔ] 作為泰語的基礎音，「母音」搭配發音，在其他教材上多歸類為本身不發聲。作為子音發音同注音 - ㄛ -。
- ต ฏ ป 發聲無相近的英文（音標），而更近於注音「ㄉ」及「ㄅ」，以注音示之。

ก	g	ช	tʃ	ณ	n	ผ	p	ว	w
ข	k	ซ	s	ด	d	ฝ	f	ศ	s
ฃ	k	ฌ	tʃ	ต	ㄉ / d	พ	p	ษ	s
ค	k	ญ	j	ถ	t	ฟ	f	ส	s
ฅ	k	ฎ	d	ท	t	ภ	p	ห	h
ฆ	k	ฏ	ㄉ / d	ธ	t	ม	m	ฬ	l
ง	ng/ŋ	ฐ	t	น	n	ย	j	อ	– ɔ
จ	dʒ	ฑ	t	บ	b	ร	r	ฮ	h
ฉ	tʃ	ฒ	t	ป	ㄅ / b	ล	l		

✧泰語母音表（共 32 個）✧

- 使用 KK 音標的重音節置於前面代表需發短促音及重音部。
- 泰文聲調須結合子音之高、中、低特性，故將聲調音標於子音音標上。
- 母音發聲一般代入 อ 來唸，故短母音依 อ 中音子音特性變化以 -̀（一聲）發聲（中文三聲）
- ฤ ฦ 發音同 รึ[ˋr eu] (เรอ) ลึ[ˋleu]，泰語低子音結合短母音時將用 -้（二聲）發聲。ร ล 為低子音，加上短母音 -ึ 後聲調須以 -้（二聲）發聲（上揚轉音）。

-ะ	-ˋǎ	เ-อะ	-ˋə̌ /-ˋɜ̌
-า	-a	เ-อ	-ə/-ɜ
-ิ	-ˋǐ	เ-ียะ	-ǐˋr
-ี	-i	เ-ีย	-ir
-ึ	-ˋěu	เ-ือะ	-ěuˋr
-ื	-ēu	เ-ือ	-ēur
-ุ	-ˋǔ	-ัวะ	-ǔˋo
-ู	-u	-ัว	-uo
เ-ะ	-ˋɛ̌	ฤ	ˋrēu
เ-	ɛ	ฤๅ	rēu
แ-ะ	-ˋæ̌	ฦ	ˋlēu

แ –	æ	ฦๅ	lēu
โ – ะ	–`ŏ	–ำ	–`am
โ –	o	ใ –	–`aɪ
เ – าะ	–`ɔ̌	ไ –	–`aɪ
–อ	–ɔ	เ – า	–`aʊ

✧聲調符號（共 4 個）✧

泰文聲調號		高音子音	中音子音	低音子音
原聲	無調號	中文二聲	中文一聲	中文一聲
第一聲	–่	中文三聲	中文三聲	中文四聲
第二聲	–้	中文四聲	中文四聲	上揚轉音
第三聲	–๊	------	上揚轉音	------
第四聲	–๋	------	中文二聲	------

◆ 中文一聲：無調號顯示。中文二聲：◌́。中文三聲：◌̌。中文四聲：◌̀。上揚轉音：◌̃。
（僅提供給台灣初學者初步認識，其他變化適合進階後再學習）

◆ 請配合子音表、母音表及聲調符號表，做高、中、低音組合練習。

子音單字練習 ｜高音組 11 個｜

01

高子音 1/11

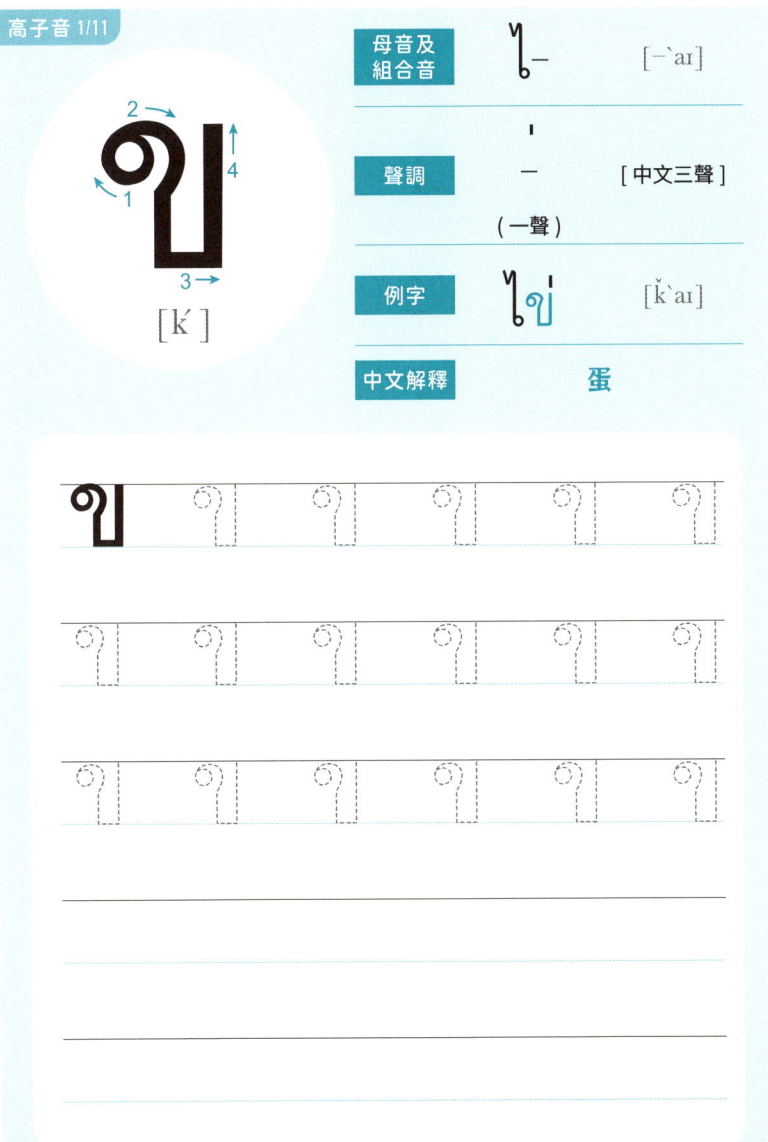

[kʼ]

母音及組合音	ไ—	[－ˋaɪ]
聲調	ー (一聲)	[中文三聲]
例字	ไข	[kʼˋaɪ]
中文解釋	蛋	

9

Chapter 1 ◆ 泰語子音母音

 02

高子音 2/11

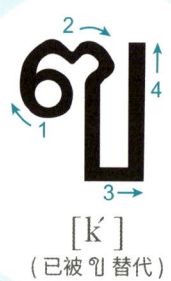

[k]
（已被 ข 替代）

母音及組合音	-ัว+ด	[–uo]+[d]
聲調	/ （無調號）	[中文二聲]
例字	ขวด ฃวด	[kǔod]
中文解釋	瓶子	

高子音 3/11

[tʃ]

母音及組合音	◌ี +ง	[-ˋɪ]+[ŋ]
聲調	ˊ − (一聲)	[中文三聲]
例字	ฉิ่ง	[tʃĭŋ]
中文解釋	鈸	

04

高子音 4/11

母音及組合音	-า+น	[-a]+[n]
聲調	/ （無調號）	[中文二聲]
例字	ฐาน	[t'an]
中文解釋	檯座	

05

高子音 5/11

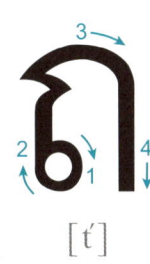

[t′]

母音及組合音	–ุ+ง	[–`u]+[ŋ]
聲調	/ (無調號)	[中文二聲]
例字	ถุง	[t′ùŋ]
中文解釋	袋子	

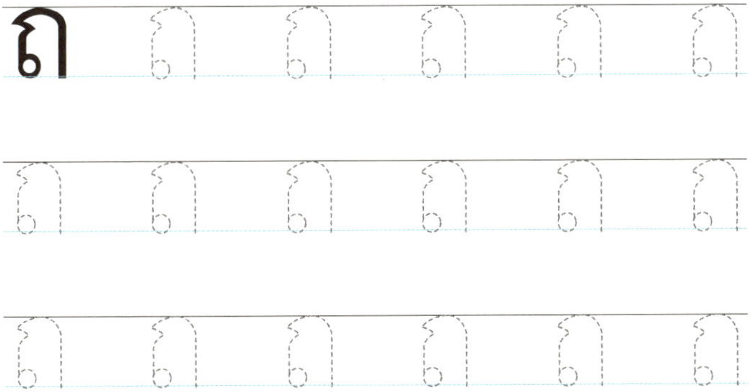

♪ 06

高子音 6 /11

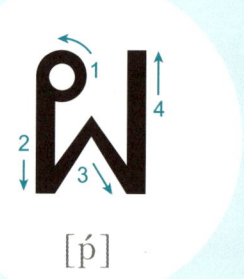

[ṕ]

母音及組合音	-ึ + ง	[-`ēu]+[ŋ]
聲調	-้ （二聲）	[中文四聲]
例字	ผึ้ง	[ṕ`ēuŋ]
中文解釋	蜜蜂	

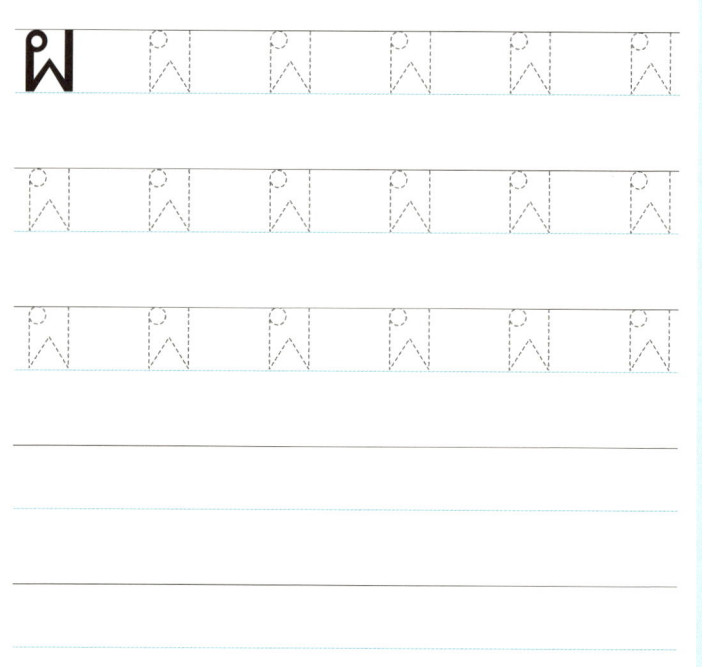

高子音 7/11

母音及組合音	-า	[-a]
聲調	/ (無調號)	[中文二聲]
例字	ฝา	[fa]
中文解釋	蓋子	

Chapter 1 ◆ 泰語子音母音

 08

高子音 8/11

母音及組合音	◌ु + น	[-u]+[n]
聲調	/ （無調號）	[中文二聲]
例字	ศูนย์	[śun]
中文解釋	零	

[ś]

高子音 9/11

母音及組合音	ฤๅ+-ื	[r̄eu]+[-i]
聲調	/（無調號）	[中文二聲]
例字	ฤๅษี	[r̄eu śi]
中文解釋	隱居修士	

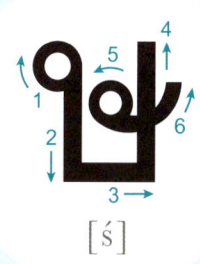

[ś]

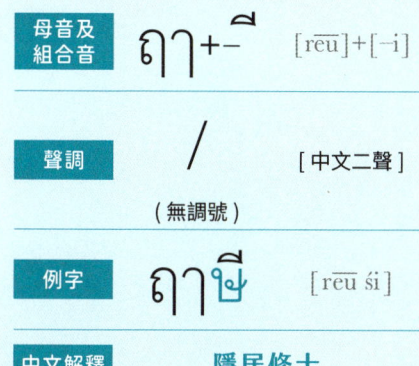

10

高子音 10 /11

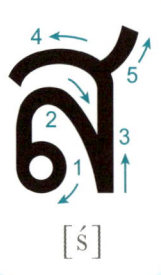

[ś]

母音及組合音	เ-ือ	[-eūr]
聲調	/ (無調號)	[中文二聲]
例字	เสือ	[śeūr]
中文解釋	老虎	

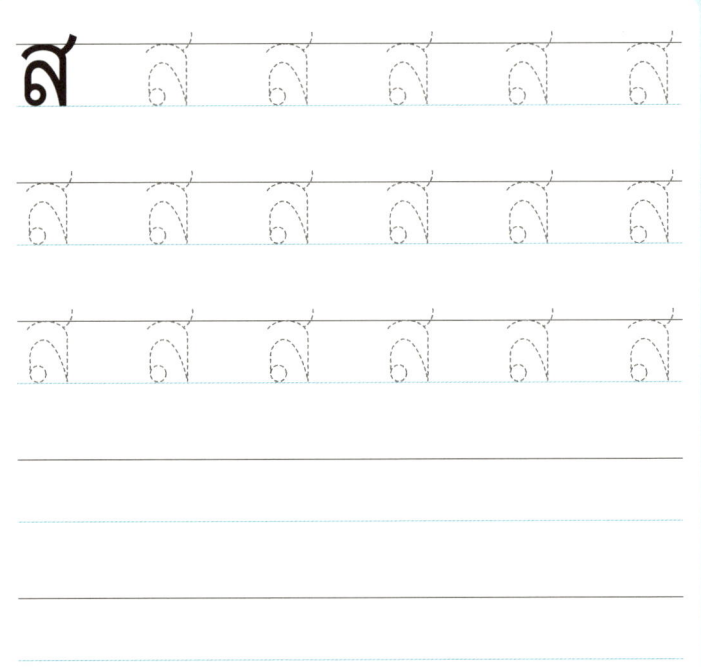

高子音 11/11

母音及組合音	－ุ	[-u]
聲調	／ (無調號)	[中文二聲]
例字	หุ	[ʰku]
中文解釋	耳朵	

[ʰk]

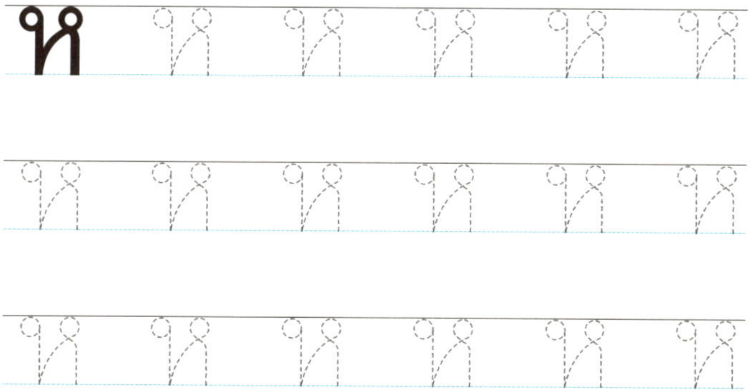

◆ 當 -ัว [- uo] 有尾子音搭配時省略 ˚ 如 ขัว → ขวด
◆ 當尾子音為閉合音 (多為高、中子音) 時將以首子音的高、中、低來改變聲調。如 ขวด 以 ข [kʰ] 高音子音為首子音搭配 ด[k] 中音子音 (閉合音) 作為尾子音時，首子音 ข [kʰ](中文二聲) 須變成 [kʰuod] 以 -่ (一聲) 發聲 (中文三聲)。

♪ 12

✧子音單字練習｜中音組 9 個｜✧

中子音 1/9

[g]

母音及組合音	ไ–	[–`aɪ]
聲調	่ – （一聲）	[中文三聲]
例字	ไก่	[gˇ`aɪ]
中文解釋	雞	

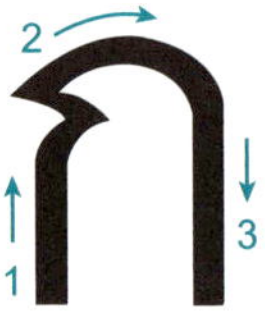

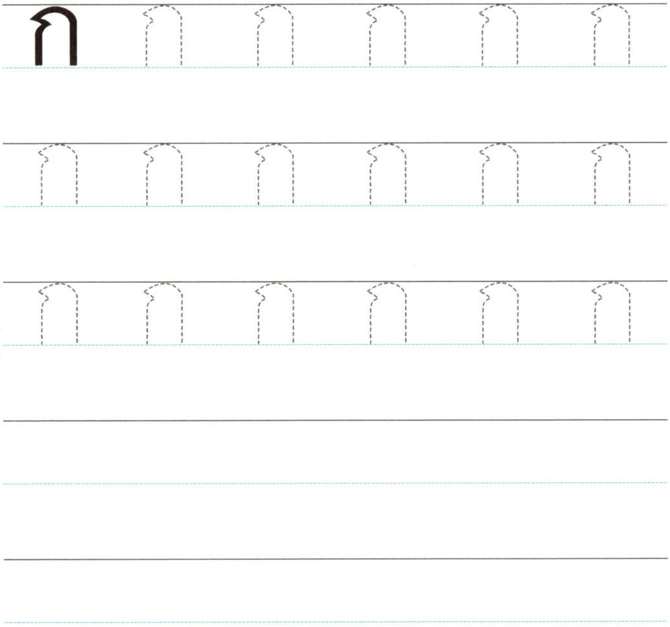

中子音 2/9

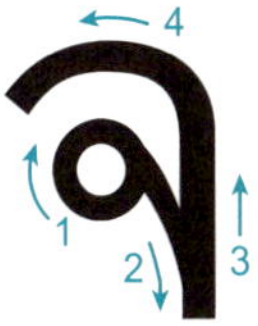

母音及組合音	-า+น [-a]+[n]
聲調	/ [中文一聲] (無調號)
例字	จาน [dʒan]
中文解釋	盤子

จ [dʒ]

中子音 3/9

[d]

母音及組合音	◌ / ◌ุ	[-u]
聲調	/ （無調號）	[中文一聲]
例字	ดุ	[du]
中文解釋	看	

中子音 4/9

ด

[d]

母音及組合音	-า	[-a]
聲調	/ (無調號)	[中文一聲]
例字	ดา	[da]
中文解釋	眼睛	

ด

中子音 5/9

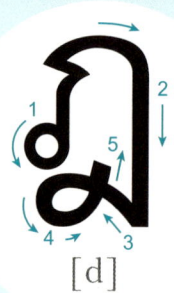

[d]

母音及組合音	ชะ+-า	[t͡ʃ`a]+[-a]
聲調	/ （無調號）	[中文一聲]
例字	ชฎา	[t͡ʃ`a da]
中文解釋	泰國戲冠	

中子音 6/9

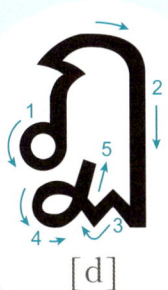

[d]

母音及組合音	belongs+ -ะ+ก	[b̌`a]+ [d`a]+[g]
聲調	/ （無調號）	[中文一聲]
例字	ปฏัก	[b̌`a d`ag]
中文解釋	趕動物用刺棒	

中子音 7/9

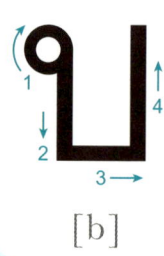

[b]

母音及組合音	$-ิ$ + น	[-`ɪ]+[n]
聲調	/ （無調號）	[中文一聲]
例字	บิน	[b`ɪn]
中文解釋	飛	

26

中子音 8/9

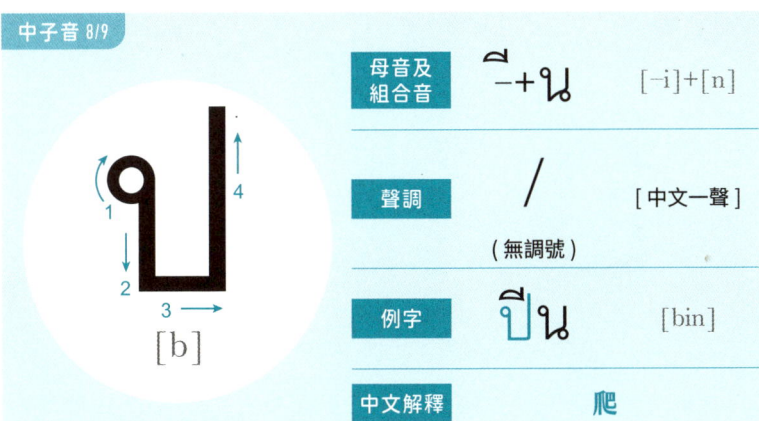

[b]

母音及組合音	ี+น	[-i]+[n]
聲調	/ (無調號)	[中文一聲]
例字	ปีน	[bin]
中文解釋	爬	

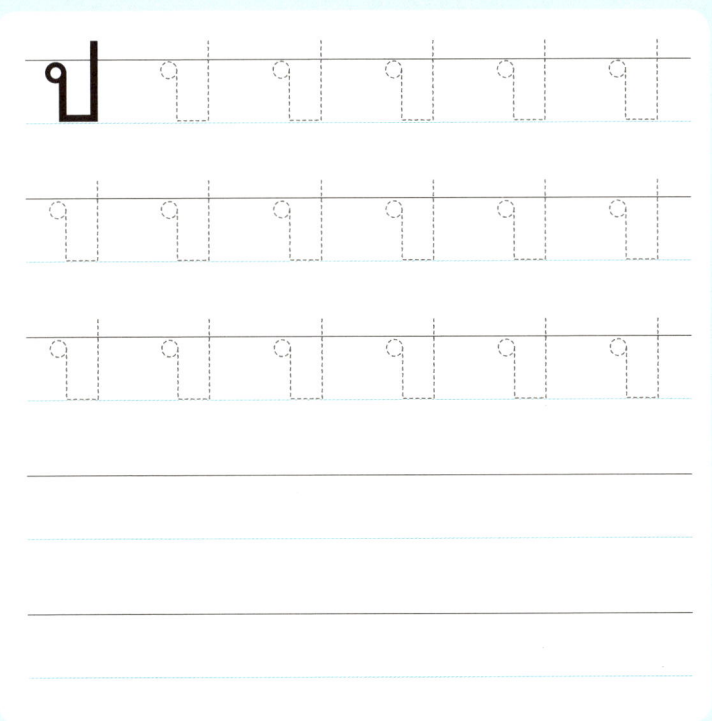

20

中子音 9/9

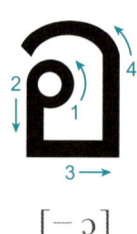

[¯ ɔ]

母音及組合音	–า+น	[¯a]+[n]
聲調	่ – (一聲)	[中文三聲]
例字	อ่าน	[ǎn]
中文解釋	讀(唸)	

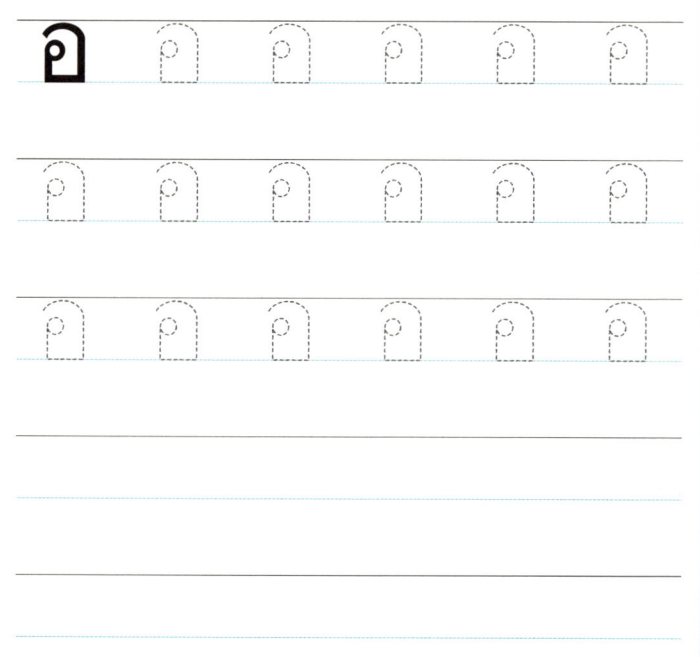

◆ ชฎา ปฏัก 中的 ช ป 在此音型需結合 -ะ [-`a] 發音。

◆ 泰語高、中子音結合短母音時將改以 -่ (一聲) 發聲；低音則以 -้ (二聲) 發聲。

如 ปะ 中音子音以 [bˇ`a] -่ (一聲) 發聲 (中文三聲)。

ชะ 低音子音以 [tʃ`a] -้ (二聲) 發聲 (上揚轉音)。

◆ ฏัก 中的 -ั 是當 -ะ 為母音時且有尾子音的變體。

(上述僅提供初學者初步理解)

♪ 21

✧ 子音單字練習｜低音組 24 個｜✧

低子音 1/24

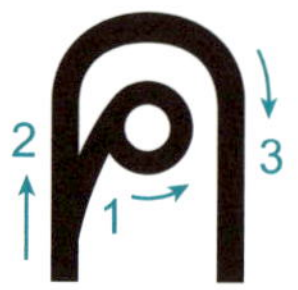

[k]

母音及組合音	-ุ+ณ	[-`u]+[n]
聲調	/ (無調號)	[中文一聲]
例字	คุณ	[k`un]
中文解釋	您	

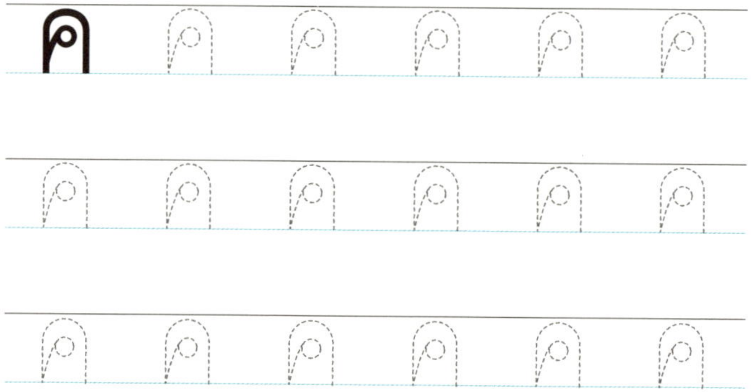

ฅ

[k]

(已被 ค 替代)

母音及組合音	โ-ะ+น	[-`o]+[n]
聲調	/ (無調號)	[中文一聲]
例字	ฅน (คน)	[k`on]
中文解釋	人	

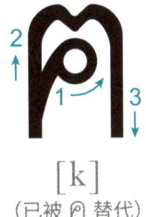

23

低子音 3/24

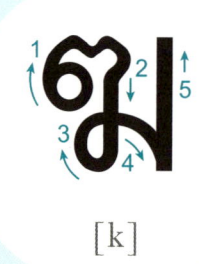

[k]

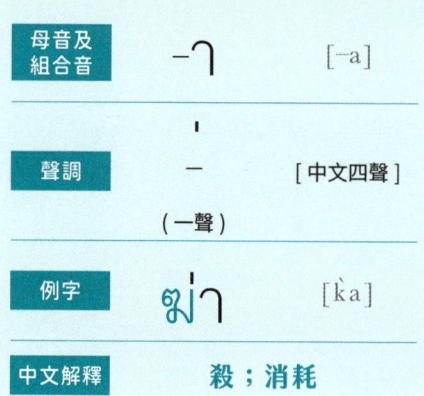

母音及組合音	–า [–a]
聲調	่ – (一聲) [中文四聲]
例字	ฆ่า [k̀a]
中文解釋	殺；消耗

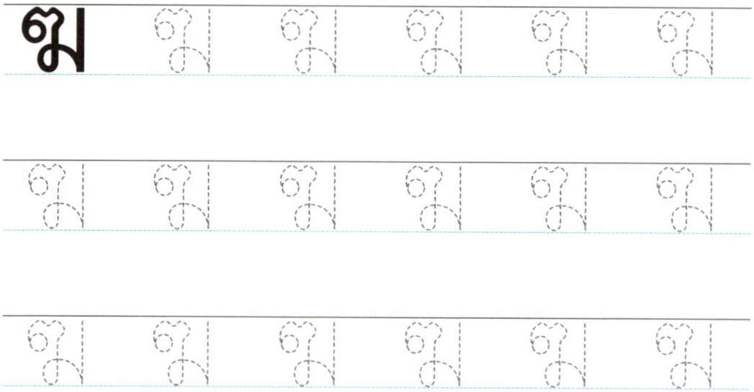

低子音 4/24

[ng]

母音及組合音	─ ง	[─u]
聲調	/ (無調號)	[中文一聲]
例字	งู	[ngu]
中文解釋		蛇

33

低子音 5/24

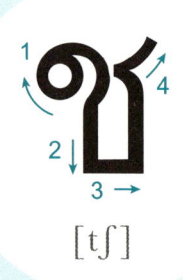

ช [tʃ]

母音及組合音	−า+ง	[-a]+[ŋ]
聲調	◌้ (二聲)	[上揚轉音]
例字	ช้าง	[tʃ̃aŋ]
中文解釋	大象	

低子音 6/24

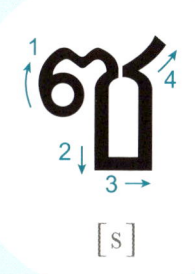

母音及組合音	ោ	[-o]
聲調	´ (一聲)	[中文四聲]
例字	សោ	[sò]
中文解釋	鍊條	

[s]

低子音 7/24

ฌ

[tʃ]

母音及組合音	เ-อ	[ㄜ]
聲調	/ (無調號)	[中文一聲]
例字	เฌอ	[tʃɤ]
中文解釋	大樹	

低子音 8/24

ญ
[j]

母音及組合音	-า+ติ	[-a]+[d]
聲調	/ （無調號）	[中文四聲]
例字	ญาติ	[jàd]
中文解釋	親人	

ญ

28

低子音 9/24

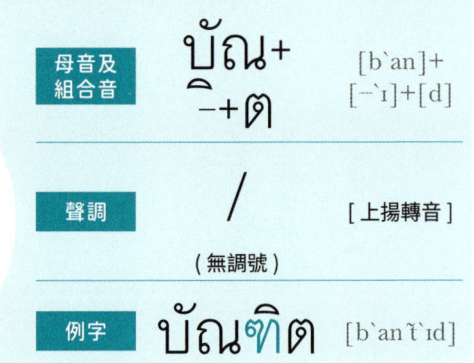

♪ 29

ฑ

[t]

母音及組合音	บั+ณ+ ิ+ต	[bˋan]+ [−ˋɪ]+[d]
聲調	/ (無調號)	[上揚轉音]
例字	บัณฑิต	[bˋanˋɪd]
中文解釋	學識豐富者（學士）	

38

低子音 10/24

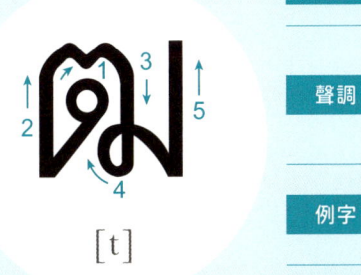

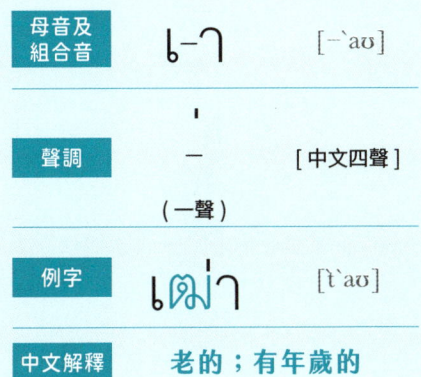

เฒ

[t]

母音及組合音	เ-า	[ˉaʊ]
聲調	◌̀ (一聲)	[中文四聲]
例字	เฒ่า	[tˋaʊ]
中文解釋	老的；有年歲的	

低子音 11/24

♪ 31

ฌ

[n]

母音及組合音	เ-+ง	[-ɛ]+[n]
聲調	/ （無調號）	[中文一聲]
例字	เฌง	[ngu]
中文解釋	新手；資歷淺者(和尚)	

低子音 12/24

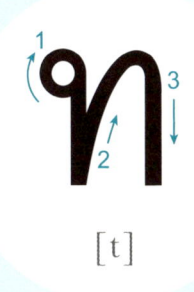

ท [t]

母音及組合音	◌ำ	[– `am]
聲調	/ (無調號)	[中文一聲]
例字	ทำ	[t`am]
中文解釋	做	

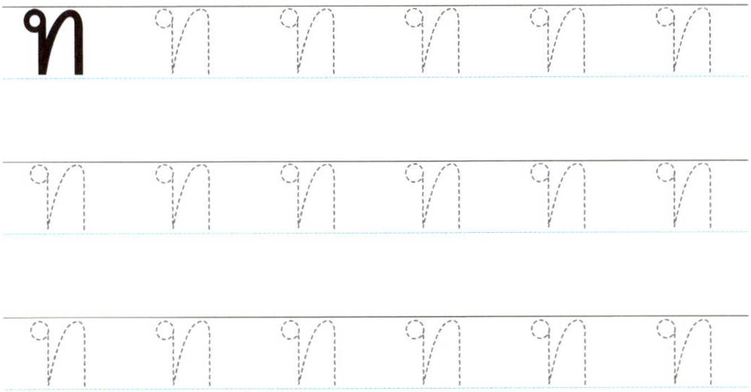

32

41

低子音 13/24

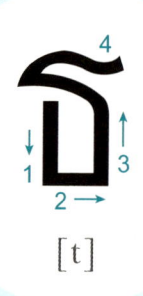

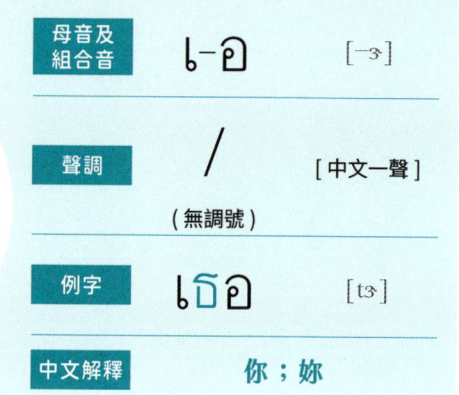

ธ [t]

母音及組合音	เ-อ	[ㄜ]
聲調	/ (無調號)	[中文一聲]
例字	เธอ	[tɜ]
中文解釋	你；妳	

低子音 14/24

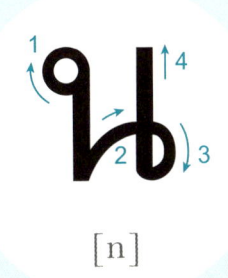

♪ 34

น

[n]

母音及組合音	◌ํา	[-`am]
聲調	◌๊ (二聲)	[上揚轉音]
例字	น้ำ	[ñ`am]
中文解釋	水	

43

Chapter 1 ◆ 泰語子音母音

♪ 35

低子音 15/24

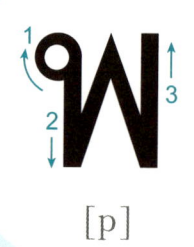

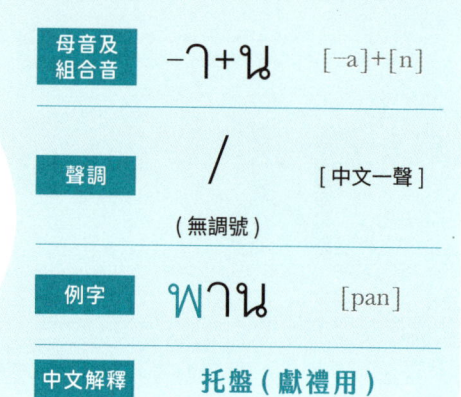

พ
[p]

母音及組合音	-า+น	[-a]+[n]
聲調	/ （無調號）	[中文一聲]
例字	พาน	[pan]
中文解釋	托盤(獻禮用)	

พ พาน พาน พาน พาน พาน

พาน พาน พาน พาน พาน พาน

พาน พาน พาน พาน พาน พาน

44

低子音 16/24

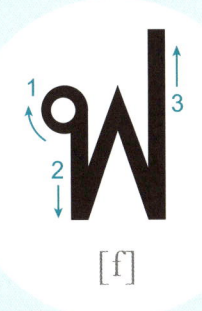

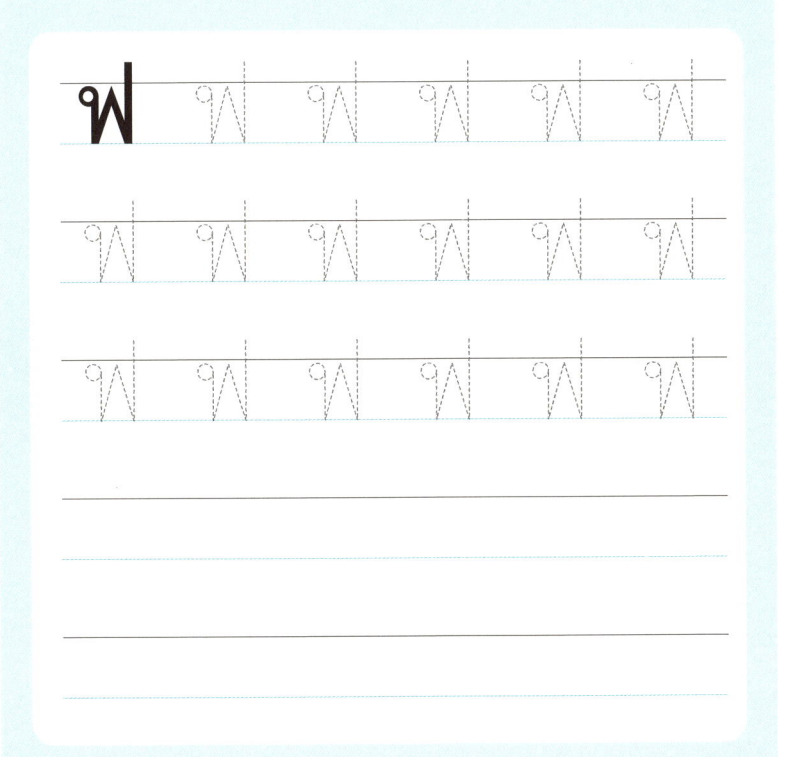

ฟ

[f]

母音及組合音	ไ–	[–a]+[n]
聲調	/ (無調號)	[中文一聲]
例字	ไฟ	[fˆaɪ]
中文解釋	火	

♪ 37

低子音 17/24

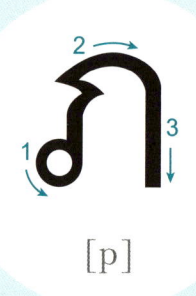

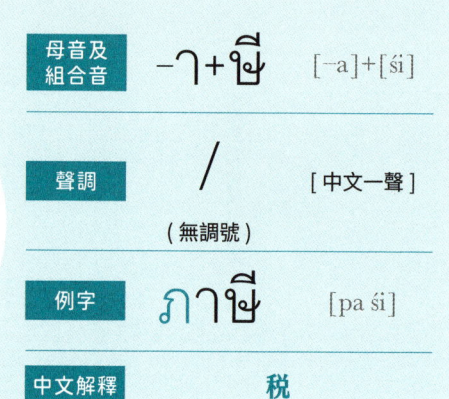

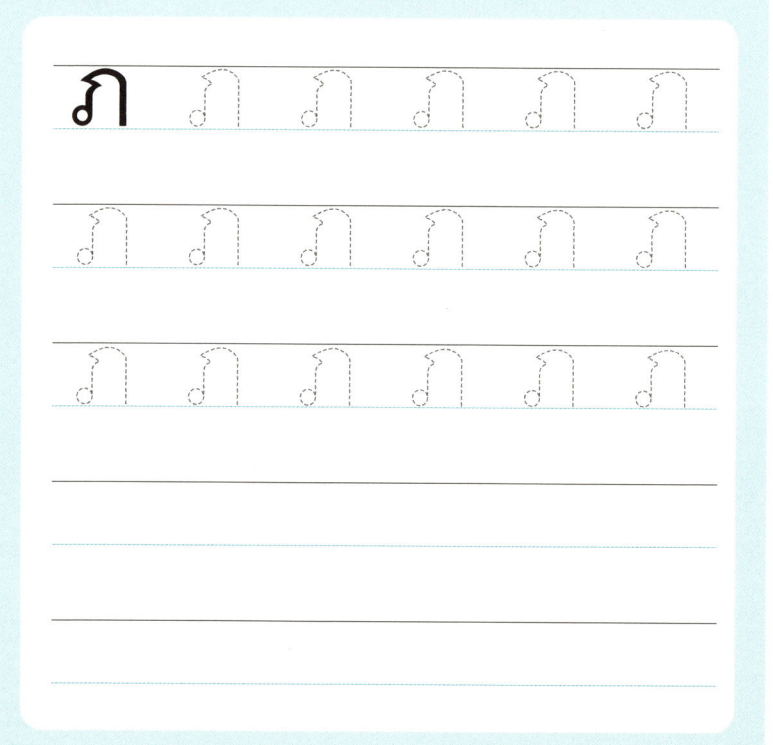

[p]

母音及組合音	–า+ษี	[–a]+[śi]
聲調	/ （無調號）	[中文一聲]
例字	ภาษี	[pa śi]
中文解釋	稅	

ภ

低子音 18/24

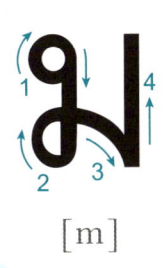

ม
[m]

母音及組合音	-า	[-a]
聲調	/	[中文一聲]
	(無調號)	
例字	มา	[ma]
中文解釋	來	

ม

39

低子音 19/24

ย

[j]

母音及組合音	-า	[-a]
聲調	/ （無調號）	[中文一聲]
例字	ยา	[ja]
中文解釋	藥	

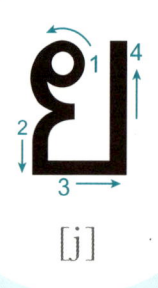

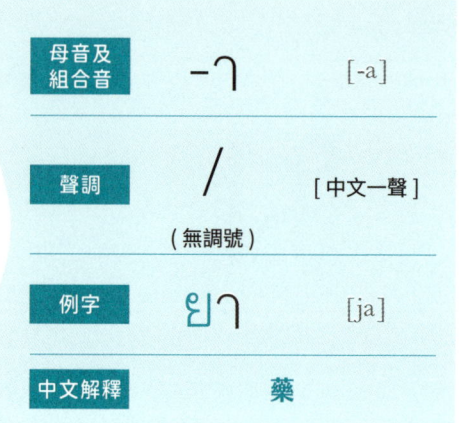

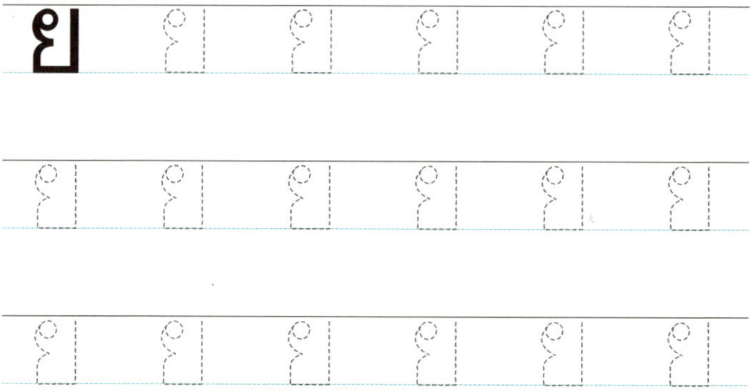

低子音 20/24

母音及組合音	เ-ือ	[-eūr]
聲調	/ (無調號)	[中文一聲]
例字	เรือ	[reūr]
中文解釋	船	

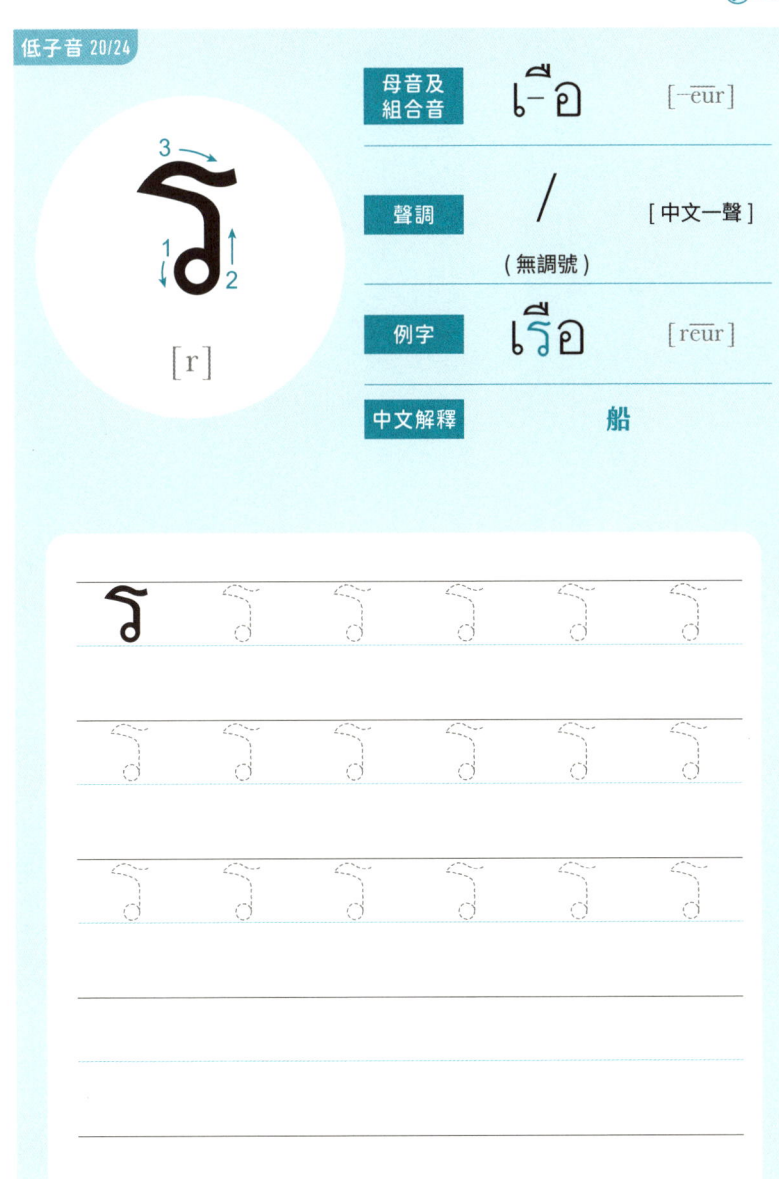

[r]

低子音 21/24

ล
[l]

母音及組合音	เ-+น	[-ε]+[n]
聲調	ー่ (一聲)	[中文四聲]
例字	เล่น	[lèn]
中文解釋	玩	

低子音 22/24

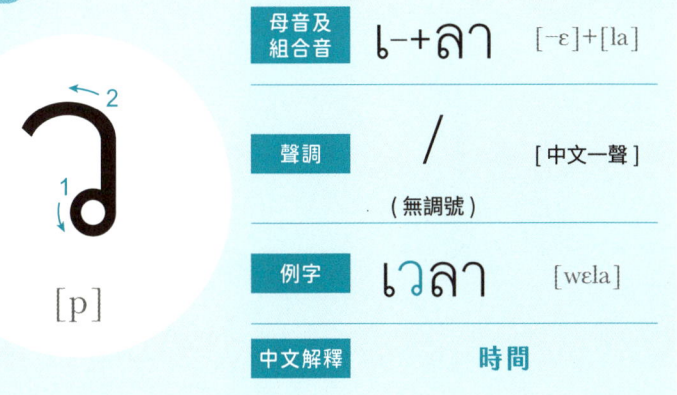

ว

[p]

母音及組合音	เ-+ลา	[-ɛ]+[la]
聲調	/ (無調號)	[中文一聲]
例字	เวลา	[wɛla]
中文解釋	時間	

低子音 23/24

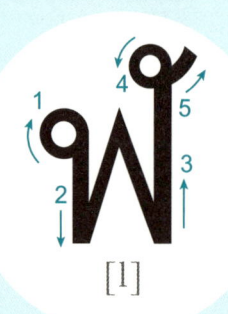

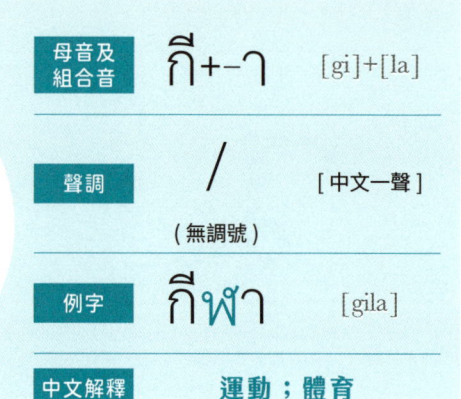

🎵 43

母音及組合音	กี+-า [gi]+[la]
聲調	/ （無調號） [中文一聲]
例字	กีฬา [gila]
中文解釋	運動；體育

ฬ [l]

低子音 24/24

ฮ

[h]

母音及組合音	-ู+ก	[-u]+[g]
聲調	/ (無調號)	[中文四聲]
例字	นกฮูก	[ñogĥug]
中文解釋	貓頭鷹	

ฮ

◆ 當尾子音為閉合音(多為高、中子音)時將依首子音的高、中、低來改變聲調。

◆ 如 ญาติ，以 ญ[j] 低音子音為首子音搭配 ต[d] 中音子音(閉合音)作為尾子音時，首子音 ญ[j] 須變成 [j̀ad] 以 -(一聲)發聲(中文四聲)。

✧母音單字練習✧

♪ 45

泰文單字		中文
จะ [d͡ʒ`a]		即將； （將）要
จะ	จะ	จะ

泰文單字		中文
กา [ga]		水壺；烏鴉
กา	กา	กา

泰文單字		中文
กิน [gˋin]		吃
กิน	กิน	กิน

泰文單字		中文
ปี [bi]		年
ปี	ปี	ปี

泰文單字		中文
ฝึก [f̌ `ēūg]		訓練
ฝึก	ฝึก	ฝึก

泰文單字		中文
มือ [mēū]		手
มือ	มือ	มือ

泰文單字		中文
ดุ [ɗ`u]		兇
ดุ	ดุ	ดุ

泰文單字		中文
ปู [bu]		螃蟹
ปู	ปู	ปู

泰文單字		中文
เตะ [ď`ɛ]		踢
เตะ	เตะ	เตะ

泰文單字		中文
เท [tɛ]		傾倒
เท	เท	เท

泰文單字	中文
แกะ [ğ`æ]	綿羊

แกะ	แกะ	แกะ

泰文單字	中文
แม่ [mæ̀]	媽媽

แม่	แม่	แม่

泰文單字	中文
โต๊ะ [dˇ`o]	桌子
โต๊ะ	โต๊ะ	โต๊ะ

泰文單字	中文
โต [to]	大；長大
โต	โต	โต

泰文單字	中文
เกาะ [ǧ`ɔ]	島；掛附

เกาะ	เกาะ	เกาะ

泰文單字	中文
รอ [rɔ]	等待

รอ	รอ	รอ

泰文單字		中文
เลอะ [l̃`ɜ]		髒亂
เลอะ	เลอะ	เลอะ

泰文單字		中文
เจอ [dʒɜ]		見(到)
เจอ	เจอ	เจอ

泰文單字	中文
เพียะ [pĩ`r]	手掌拍打聲
เพียะ	เพียะ	เพียะ

泰文單字	中文
เมีย [mir]	妻子
เมีย	เมีย	เมีย

47

泰文單字		中文
เ◌ือะ [ĕu`r]		已無單獨 使用字詞
เ◌ือะ	เ◌ือะ	เ◌ือะ

泰文單字		中文
เสือ [ś ēur]		老虎
เสือ	เสือ	เสือ

泰文單字	中文
ยัวะ [j̃u`o]	（使）生氣不滿

ยัวะ	ยัวะ	ยัวะ

泰文單字	中文
วัว [wuo]	（乳）牛

วัว	วัว	วัว

泰文單字		中文
ฤดู [`r̃e̅u̅ du]		季節
ฤดู	ฤดู	ฤดู

泰文單字		中文
ฤาษี [re̅u̅ śi]		隱居修士
ฤาษี	ฤาษี	ฤาษี

泰文單字		中文
ฦ [`l̃ēū]		已無使用字詞
ฦ	ฦ	ฦ

泰文單字		中文
ฦๅ [lēū]		已無使用字詞
ฦๅ	ฦๅ	ฦๅ

泰文單字	中文
ดำ [d`am]	黑色；潛（水）
ดำ	ดำ	ดำ

泰文單字	中文
ใช่ [tʃ`aɪ]	對；正確
ใช่	ใช่	ใช่

泰文單字		中文
ใช้ [tʃ`aɪ]		(使)用
ใช้	ใช้	ใช้

泰文單字		中文
ไป [b`aɪ]		去
ไป	ไป	ไป

泰文單字		中文
ได้ [d̀ `aɪ]		可以 / 得到
ได้	ได้	ได้

泰文單字		中文
เขา [kʹ `aʊ]		山；他
เขา	เขา	เขา

Chapter 2
生活單字

49

✧數字✧

泰文單字			中文
๐ ศูนย์ [śun]			零
๐ ศูนย์	๐ ศูนย์	๐ ศูนย์	

泰文單字			中文
๑ หนึ่ง [ň`ēuŋ]			一
๑ หนึ่ง	๑ หนึ่ง	๑ หนึ่ง	

泰文單字	中文
๒ สอง [śɔŋ]	二

๒ สอง	๒ สอง	๒ สอง

泰文單字	中文
๓ สาม [śam]	三

๓ สาม	๓ สาม	๓ สาม

泰文單字	中文
๔ สี่ [ši]	四

๔ สี่	๔ สี่	๔ สี่

泰文單字	中文
๕ ห้า [ȟ`a]	五

๕ ห้า	๕ ห้า	๕ ห้า

泰文單字		中文
๖ หก [ȟ`og]		六
๖ หก	๖ หก	๖ หก

泰文單字		中文
๗ เจ็ด [j`ɛd]		七
๗ เจ็ด	๗ เจ็ด	๗ เจ็ด

泰文單字		中文
๘ แปด [b̌æd]		八
๘ แปด	๘ แปด	๘ แปด

泰文單字		中文
๙ เก้า [g̀ `aʊ]		九
๙ เก้า	๙ เก้า	๙ เก้า

泰文單字		中文
๑๐ สิบ [šˋɪb]		十
๑๐ สิบ	๑๐ สิบ	๑๐ สิบ

◆ -็ 為特殊符號，主要代表縮短讀音，一般以重音標於子音示之。

◆ ห 放在低子音 (沒有和高音同聲) 的前面時，可使其變成高子音發音。如 มา[ma] 加上 ห 後 ม 被視為高音 :หมา[mˊa] 。

50

✧ 月份 ✧

泰文單字			中文
มกราคม [m̃`ağ`arak`om]			一月
มกราคม	มกราคม	มกราคม	

泰文單字			中文
กุมภาพันธ์ [gumpap`an]			二月
กุมภาพันธ์	กุมภาพันธ์	กุมภาพันธ์	

泰文單字	中文
มีนาคม [minak`om]	三月
มีนาคม	มีนาคม	มีนาคม

泰文單字	中文
เมษายน [mɛśaj`on]	四月
เมษายน	เมษายน	เมษายน

泰文單字		中文
พฤษภาคม [p`r̃ēūd š`apak`om]		五月
พฤษภาคม	พฤษภาคม	พฤษภาคม

泰文單字		中文
มิถุนายน [m̃`ɪť`unaj`on]		六月
มิถุนายน	มิถุนายน	มิถุนายน

泰文單字		中文
กรกฎาคม [ğ`ar̃`ağ`adak`om]		七月
กรกฎาคม	กรกฎาคม	กรกฎาคม

泰文單字		中文
สิงหาคม [ś`ɪŋh́akom]		八月
สิงหาคม	สิงหาคม	สิงหาคม

泰文單字		中文
กันยายน [g`anjaj`on]		九月
กันยายน	กันยายน	กันยายน

泰文單字		中文
ตุลาคม [t`ulak`om]		十月
ตุลาคม	ตุลาคม	ตุลาคม

泰文單字		中文
พฤศจิกายน [p`r̃e̅u̅dš`adǯ`ɪgaj`on]		十一月
พฤศจิกายน	พฤศจิกายน	พฤศจิกายน

泰文單字		中文
ธันวาคม [t`anwak`om]		十二月
ธันวาคม	ธันวาคม	ธันวาคม

◆ ◌์ – 為特殊符號，顯示該字為特殊語源 (外來語)。有此符號的子音不發音。

51

✧星期✧

泰文單字		中文
จันทร์ [dʒ`an]		星期一
จันทร์	จันทร์	จันทร์

泰文單字		中文
อังคาร [`aŋkan]		星期二
อังคาร	อังคาร	อังคาร

泰文單字		中文
พุธ [p̃`ud]		星期三
พุธ	พุธ	พุธ

泰文單字		中文
พฤหัสบดี [p̃`a`r̃ēūȟ`ad š`abɔdi]		星期四
พฤหัสบดี	พฤหัสบดี	พฤหัสบดี

泰文單字		中文
ศุกร์ [š`ug]		星期五
ศุกร์	ศุกร์	ศุกร์

泰文單字		中文
เสาร์ [ś`aʊ]		星期六
เสาร์	เสาร์	เสาร์

泰文單字		中文
อาทิตย์ [aĭ`ɪd]		星期日
อาทิตย์	อาทิตย์	อาทิตย์

◆ ทร 一起時會被視為 ซ 音。

◆ ญ ณ ร ล ฬ 作為尾子音發 น 的音。จ ช ซ ฎ ฏ ฐ ฑ ฒ ต ถ ท ธ ศ ษ ส 作為尾子音發 ด 的音。

52

✧ 顏色 ✧

泰文單字		中文
สีม่วง [ši mùoŋ]		紫色
สีม่วง	สีม่วง	สีม่วง

泰文單字		中文
สีคราม [ši kram]		靛色
สีคราม	สีคราม	สีคราม

泰文單字		中文
สีน้ำเงิน [śi ñ`am ngən]		藍色
สีน้ำเงิน	สีน้ำเงิน	สีน้ำเงิน

泰文單字		中文
สีเขียว [śi ḱirl]		綠色
สีเขียว	สีเขียว	สีเขียว

泰文單字		中文
สีเหลือง [śi `ĺe̅u̅rŋ]		黃色
สีเหลือง	สีเหลือง	สีเหลือง

泰文單字		中文
สีส้ม [śi ̀som]		橙色
สีส้ม	สีส้ม	สีส้ม

泰文單字		中文
สีแดง [śi dæŋ]		紅色
สีแดง	สีแดง	สีแดง

- เ-อ[ə/−ɜ] 如果有尾子音將變形成 เ-ิ 如 เงิน[ngən]，อ 消失。若尾子音為 ย 為則 -ิ 也消失，如 เคย[kəɪ]。
- ย 做為尾子音發 ɪ 的音（有時不發）。ว 做為尾子音發 l 或 O 的音。

53

✧家人稱謂✧

泰文單字		家庭成員
ปู่ [bǔ]		爺爺
ปู่	ปู่	ปู่

泰文單字		家庭成員
ย่า [jà]		奶奶
ย่า	ย่า	ย่า

泰文單字		家庭成員
ตา [da]		外公
ตา	ตา	ตา

泰文單字		家庭成員
ยาย [ja-ɪ]		外婆
ยาย	ยาย	ยาย

泰文單字		家庭成員
พ่อ [pɔ̀]		爸爸
พ่อ	พ่อ	พ่อ

泰文單字		家庭成員
แม่ [mæ̀]		媽媽
แม่	แม่	แม่

泰文單字		家庭成員
พี่ชาย [pì tʃa-ɪ]		哥哥
พี่ชาย	พี่ชาย	พี่ชาย

泰文單字		家庭成員
พี่สาว [pì śao]		姊姊
พี่สาว	พี่สาว	พี่สาว

泰文單字		家庭成員
น้องชาย [ñɔŋ tʃa--ɪ]		弟弟
น้องชาย	น้องชาย	น้องชาย

泰文單字		家庭成員
น้องสาว [ñɔŋ śao]		妹妹
น้องสาว	น้องสาว	น้องสาว

泰文單字		家庭成員
สามี [śami]		丈夫
สามี	สามี	สามี
泰文單字		家庭成員
ภรรยา [p`anja]		妻子
ภรรยา	ภรรยา	ภรรยา

泰文單字		家庭成員
ลูกชาย [l̀ug tʃa-ı]		兒子
ลูกชาย	ลูกชาย	ลูกชาย

泰文單字		家庭成員
ลูกสาว [l̀ug śao]		女兒
ลูกสาว	ลูกสาว	ลูกสาว

泰文單字			家庭成員
หลานชาย [l̀an tʃa–ɪ]			孫子； 外甥； 姪子；
หลานชาย		หลานชาย	หลานชาย

泰文單字			家庭成員
หลานสาว [l̀an śao]			孫女； 外甥女； 姪女；
หลานสาว		หลานสาว	หลานสาว

泰文單字		家庭成員
ลุง [l`uŋ]		爸爸、媽媽 的哥哥
ลุง	ลุง	ลุง

泰文單字		家庭成員
ป้า [ɓa]		爸爸、媽媽 的姊姊
ป้า	ป้า	ป้า

泰文單字		家庭成員
อา [a]		爸爸 的弟弟、妹妹
อา	อา	อา

泰文單字		家庭成員
น้า [ña]		媽媽 的弟弟、妹妹。
น้า	น้า	น้า

◆ ยาย [ja–ɪ]，在長母音 –า [a] 之後的尾子音 ย [ɪ]，為使不與 –ัย ไ ใ [–`aɪ] 混淆在 a 和 ɪ 之間加上 [–] 號。

54

✧ 飲食（常見的泰國食物）✧

泰文單字	中文
ข้าวหอม [k̀ao ȟɔm]	香飯

ข้าวหอม	ข้าวหอม	ข้าวหอม

泰文單字	中文
ขนมปัง [ǩ`an´om b`aŋ]	麵包

ขนมปัง	ขนมปัง	ขนมปัง

泰文單字		中文
บะหมี่ [b̌`am̌i]		(黃)麵條
บะหมี่	บะหมี่	บะหมี่

泰文單字		中文
ก๋วยเตี๋ยว [ìan śao]		粿條
ก๋วยเตี๋ยว	ก๋วยเตี๋ยว	ก๋วยเตี๋ยว

泰文單字	家庭成員
ข้าวเหนียว [k̀ao ńirl]	糯米飯

ข้าวเหนียว	ข้าวเหนียว	ข้าวเหนียว

泰文單字	家庭成員
ข้าวมันไก่ [k̀ao m`an ǩ`aı]	海南（油）雞飯

ข้าวมันไก่	ข้าวมันไก่	ข้าวมันไก่

泰文單字		家庭成員
ผัดกะเพรา [p̌ˋad ǧˋaprˋaʊ]		炒打抛（聖羅勒）
ผัดกะเพรา	ผัดกะเพรา	ผัดกะเพรา

泰文單字		家庭成員
หมูปิ้ง [ḿu b̀ˋɪŋ]		泰式烤豬肉串
หมูปิ้ง	หมูปิ้ง	หมูปิ้ง

泰文單字	家庭成員
โรตี [roti]	煎餅
โรตี	โรตี	โรตี

泰文單字	家庭成員
ชาไทย [tʃa t`aɪ]	泰奶
ชาไทย	ชาไทย	ชาไทย

泰文單字		中文
ทุเรียน [tu rirn]		榴槤
ทุเรียน	ทุเรียน	ทุเรียน

泰文單字		中文
ต้มยำกุ้ง [t`om j`am k`uŋ]		冬蔭功湯
ต้มยำกุ้ง	ต้มยำกุ้ง	ต้มยำกุ้ง

泰文單字		家庭成員
แกงเขียวหวาน [kæŋ ḱirl ẃan]		綠咖哩
แกงเขียวหวาน	แกงเขียวหวาน	แกงเขียวหวาน

泰文單字		家庭成員
ส้มตำ [s̀om t`am]		涼拌青木瓜
ส้มตำ	ส้มตำ	ส้มตำ

泰文單字
ข้าวเหนียวมะม่วง [k̀ao ńirl `m̃a m̀uoŋ]
中文
芒果糯米飯

ข้าวเหนียวมะม่วง	ข้าวเหนียวมะม่วง

🎵 55

✧ 動物 ✧

泰文單字	中文
หนู [ńu]	老鼠
หนู	หนู	หนู

泰文單字	中文
นก [ñog]	鳥
นก	นก	นก

泰文單字		中文
เสือ [śēūr]		老虎
เสือ	เสือ	เสือ

泰文單字		中文
สิง [ś`ɪŋ]		獅子
สิง	สิง	สิง

泰文單字		中文
ม้า [m̃a]		馬
ม้า	ม้า	ม้า

泰文單字		中文
แกะ [ğ`æ]		綿羊
แกะ	แกะ	แกะ

泰文單字		中文
<div align="center">ปลา</div><div align="center">[bla]</div>		魚
ปลา	ปลา	ปลา

泰文單字		中文
<div align="center">แมว</div><div align="center">[mæl]</div>		貓
แมว	แมว	แมว

泰文單字		中文
หมา [ma̋]		狗
หมา	หมา	หมา

泰文單字		中文
หมู [mű]		豬
หมู	หมู	หมู

Chapter 3
句子練習

56

✧泰語影劇金句✧

รักแห่งสยาม

愛在暹邏

1.

ตราบใดที่มีรักย่อมมีหวัง...

[ďrab d`aɪ ťi mi řag ǰɔm mi ẃaŋ]

只要有愛，就一定有希望。

2.

ถ้าชีวิตคือทำนอง
เธอก็เป็นดังคำร้องที่หวานและซึ้งจับใจ

[t̀a tʃiw̃`ɪd kēūt`amnɔŋ
tɝ ğ`ɔ b`ɛn d`aŋ k`amr̃ɔŋ t̀i ẃan l̃`æ s̃`ēūŋ dʒ̆`ab dʒ`aɪ]

若生命是一首旋律，妳就是那甜美動人的歌詞。

3.

ขอบใจนะ ถ้าไม่เจอกัน
เรื่องดี ๆ แบบนี้คงไม่เกิดขึ้น

[ǩɔbdʒ`aɪ ñ`a t̀a m̀`aɪ dʒɝ g`an
r̀ēūrŋ didi b̌æb ñi koŋ m̀`aɪ ǧəd k̀`ēūn]

謝謝呀～如果沒有相遇，這樣好的事情應該不會發生的。

สิ่งเล็กเล็กที่เรียกว่า...รัก

初戀那件小事

1.

ความรักชนะทุกสิ่ง
โดยเฉพาะความกลัว

[kwam r̃ag t͡ʃ`an̆`a t̆ug š`ɪŋ
doɪ t͡ʃ`ap̆`ɔ kwam gluo]

愛（能）克服一切問題，尤其是恐懼。

2.

การพยายามเพื่อสิ่งใดมากๆ ไม่ได้แปลว่าสุดท้ายเราจะได้กลับมา

[gan pajajam p̀ēūr š`ɪŋ d`aɪ m̀agm̀ag
m̀`aɪ d̀`aɪ blæ ẁa š`ud t̆a–ɪ r`aʊ d̆ʒ`a d̀`aɪ ğl`ab ma]

為某種事物做許多的努力，並不代表最後我們可以得償所願。

ฉลาดเกมส์โกง

模犯生

1.

ถึงเราไม่โกงใครชีวิตแม่งก็โกงเราอยู่ดี

[t́`ēūŋ r`aʊ m̀`aɪ goŋ kr`aɪ tʃiw̃`ɪd m̀æŋ g̃`ɔ goŋ r`aʊ ǰu di]

即便我們沒有去佔誰的便宜，生活對我們還是他媽的不公平。

2.

เราต้องเป็นคนเลือกมหาลัย
ไม่ใช่มหาลัยเป็นคนเลือกเรา

[r`aʊ t̀ɔŋ b`ɛn k`on l̀`ēūrg m̃`aha̋l`aɪ
m̀`aɪ t̀ʃ̀aɪ m`aha̋l`aɪ b`ɛn k`on l̀`ēūrg r`aʊ]

我們必須是選擇大學的人，而不是任由大學來選擇我們。

3.

เรียนเก่งเหมือนกัน
ก็ไม่ได้แปลว่านิสัยผมจะต้องเหมือนเขา

[rirn ɡ̆ɛŋ ḿeūrn g`an
g̃`ɔ m̀`aɪ d̀`aɪ blæ ẁa ñ`ɪś`aɪ ṕ`om dʒ̆`a t̀ɔŋ ḿeūrn ḱ`aʊ]

一樣會讀書，也不表示我的習性一定會跟他一樣。

เพราะเราคู่กัน

只因我們天生一對

1.

มึงไม่เป็นเหรอวะ
เวลาเจออะไรดีๆ ก็คิดถึงหน้ากูขึ้นมา

[mēūŋ m̀`aɪ b`ɛn ŕɝ w̃`a
wɛla dʒɝ `ăr`aɪ didi g̃`ɔ k̃`ɪd t́`ēūŋ ǹa gu k̀`ēūn ma]

你難道不是嗎？當見到什麼美好的事物，就會想起我的臉龐。

2.

ถ้ากูต้องทำให้มึงลำบากอะ
ที่กูทำมาทั้งหมดก็สูญเปล่าดิวะ

[t̀a gu t̀ɔŋ t̀am h̀`aɪ mēūŋ l`am b̆ag `ǎ
t̀i gu t`am ma t̃`aŋ m̆`od g̃`ɔ śunb̆l`aʊ ďɪ w̃`a]

若我（這件事）終將造成你的麻煩的話，
那我所做的一切就都沒有意義了啊。

◆ – ๆ 為特殊符號，表示該詞須再重複一次。

✦ 泰國諺語 ✦

1.

เสียน้อยเสียยาก เสียมากเสียง่าย

[sˊir nˊɔɪ sˊir jˋag sˊir mˋag sˊir nˋga—ɪ]

泰文翻譯	損失小的時候極不願解決，非到不得已時才用更大的損失解決。
中文寓意	省小錢花大錢；因小失大。

2.

หมองูตายเพราะงู

[ḿɔ ngu da¬ɪ p̃r`ɔ ngu]

泰文翻譯	弄蛇人因蛇而死。
中文寓意	善泳者溺。

3.

ความรู้ท่วมหัว เอาตัวไม่รอด

[kwam r̃u t̀uom h́uo `aʊ tuo m̀`aɪ r̀ɔd]

泰文翻譯	滿腦的知識卻無法生存（應用）。
中文寓意	紙上談兵。

4.

เข้าเมืองตาหลิ่ว ต้องหลิ่วตาตาม

[k̀`aʊ mēūrŋ da ɪ̌ɪl t̀ɔŋ ɪ̌ɪl da dam]

泰文翻譯	來到鬥雞眼的城邦，就得跟著他們鬥雞眼。
中文寓意	入境隨俗。

5.

ขี่ช้างจับตั๊กแตน

[kˇI t͡ʃaŋ d͡ʒ̆`ab d̃`aggˇ `adæn]

泰文翻譯	騎大象抓蟋蟀。
中文寓意	大砲打小鳥；得不償失。

6.

ปากว่าตาขยิบ

[ɓag ŵa da ǩ`aǰ`ɪb]

泰文翻譯	邊說邊眨眼。
中文寓意	口是心非。

7.

กำแพงมีหูประตูมีช่อง

[g`ampæŋ mi ȟu b̌r`atu mi t̀ʃ`ɔŋ]

泰文翻譯	牆有耳，門有縫。
中文寓意	隔牆有耳。

8.

ผัวหาบ เมียคอน

[ṕuo ȟab mir kɔn]

泰文翻譯	夫擔婦挑。
中文寓意	夫唱婦隨。

9.

มือถือสาก ปากถือศีล

[mēū t́ēū šag b̌ag t́ēū śin]

泰文翻譯	一邊手握杵棍，一邊宣揚仁義道德（以德服人）。
中文寓意	口蜜腹劍。

10.

สี่ตีนยังรู้พลาด นักปราชญ์ยังรู้พลั้ง

[ši tin j`aŋ řu p̀lad ñ`ag b̆rad j`aŋ řu p̃l`aŋ]

泰文翻譯	四腳野獸也會失足(手)，有智慧的人也會口誤(講錯)。
中文寓意	人有失足，馬有失蹄。

國家圖書館出版品預行編目(CIP)資料

越寫越讀越上手!泰語字母習字帖 / DT企劃著. -- 初版. --
新北市 : 笛藤出版, 2025.05
　　面；　公分

ISBN 978-957-710-977-4(平裝)

1.CST: 泰語 2.CST: 讀本

803.758　　　　　　　114005460

越寫越讀越上手 泰語字母習字帖

附泰語發音 QR Code 音檔

2025年5月27日　初版1刷　定價200元

著　　　者	DT企劃
編輯協力	陳德隆・Erik
總 編 輯	洪季楨
編　　　輯	葉雯婷
封面設計	王舒玕
編輯企劃	笛藤出版
發 行 人	林建仲
發 行 所	八方出版股份有限公司
地　　　址	新北市新店區寶橋路235巷6弄6號4樓
電　　　話	(02)2777-3682
傳　　　真	(02)2777-3672
總 經 銷	聯合發行股份有限公司
地　　　址	新北市新店區寶橋路235巷6弄6號2樓
電　　　話	(02)2917-8022・(02)2917-8042
製 版 廠	造極彩色印刷製版股份有限公司
地　　　址	新北市中和區中山路二段380巷7號1樓
電　　　話	(02)2240-0333・(02)2248-3904
劃撥帳戶	八方出版股份有限公司
劃撥帳號	19809050

©Dee Ten Publishing｜Printed in Taiwan
●版權所有，請勿翻印●
(本書裝訂如有漏印、缺頁、破損，請寄回更換。)